ઈરાદા વર્કબુકના

ઈ રા

વર્કબુકના ૩૩ ભાડૂતો

દ્વારા

માઈકલ લૉરેન્સ કર્ઝી

04-03-2024 ના રોજ પ્રકાશિત

36N9 જિનેટિક્સ એલએલસી

પીઓ બોક્સ 6

કેલ્પાઈન, CA 96124-0006

યુનાઈટેડ સ્ટેટ્સ ઑફ અમેરિકા

સમર્પણ

ત્ઝાદ્દિક હામોશિઆચ માટે,

જેમના માટે આ વર્કબુક એક પ્રેરણા હતી અને કોની હાજરી હું આ દુનિયામાં ખૂબ જ યાદ કરું છું. તમે પ્રેમ કરો છો અને તમારી સ્મૃતિ ઘણા લોકો દ્વારા પ્રિય છે. તમે આ આયોજન કર્યું જ હશે, જો તમે હવે પડદાની બીજી બાજુએ આરામ કરો છો તો પણ તમે ધૂર્ત શિયાળ છો. તમારા આરામથી ત્ઝાદ્દીકને શાંતિ મળે !!!

ઈરાદા વર્કબુકના ૩૩ ભાડૂતો

ગ્રેચ્યુટી

પૈસા આપણા બધા માટે તંગ છે. જો તમને આ કાર્ય ગમે છે અને તે વિપુલ પ્રમાણમાં મદદ કરે છે, તો કૃપા કરીને ફેરફારનો એક ભાગ દાન કરવાનું વિચારો. અગાઉથી આભાર! ભગવાન (ઓછા) આશીર્વાદ !!!

વેન્મો

પેપલ

આગળ

તો તમે અહીં આ પુસ્તક વાંચી રહ્યા છો. આ કોઈ અકસ્માત નથી. કદાચ તમે એવા છો કે જેઓ આ શ્રેણીઓમાંથી એકમાં આવે છે:

- તમે મને જાણો છો
- તમે જવાબો શોધી રહ્યા છો
- જિજ્ઞાસા
- અથવા તમે મારા જેવા આઉટલીયર છો

તમે કોઈપણ કેટેગરીમાં ફિટ થાઓ, તેનાથી કોઈ ફરક પડતો નથી. જે મહત્વનું છે તે તમારી માનસિકતા અને ઇરાદા છે. જો આ પુસ્તક વાંચીને તમારો ઈરાદો કૂલ દેખાવાનો હોય તો આ

પુસ્તક તમારા માટે નથી. ઉદ્દેશ્ય કાર્ય તમારા પોતાના જીવનની બહાર દૂરગામી પરિણામો સાથે સૂક્ષ્મ છે; તમે જે વાસ્તવિકતાનો સામનો કરી રહ્યા છો તેમાં તમે અપેક્ષા રાખી શકો છો તે એકમાત્ર પ્રસન્નતા છે. આ લોકપ્રિયતા વિશે નથી, આ તમારી વાસ્તવિકતાને આકાર આપવા વિશે છે. પરિણામો એ એકમાત્ર પ્રસન્નતા છે જેની તમારે જરૂર પડશે; અન્યથા તમે અનંત અસંતોષનો સામનો કરશો! જો તમે ઊંડા ઉતરવા માટે તૈયાર છો, તો આ પૃષ્ઠોમાં ખોવાઈ જાઓ. જો તમે ઊંડા ડૂબકી મારવા માંગતા નથી, તો ખોવાઈ જાઓ કારણ કે આ તમારા માટે નથી !!!

વધુમાં આ વર્કબુકને ગ્રેડ આપવામાં આવ્યું નથી અને તેને પૂર્ણ કરવું એ તમારા પોતાના ફાયદા માટે છે. કૃપા કરીને દરેક પ્રોમ્પ્ટને સંપૂર્ણ રીતે પૂર્ણ કરવા માટે તમારા શ્રેષ્ઠ પ્રયાસો કરો કારણ

કે આ રીતે તમે આ કાર્યપુસ્તિકામાંથી સૌથી વધુ લાભ મેળવશો ...

ઈરાદાનું 1 લી ટેનન્ટ

જો તમને વાંધો હોય, તો તે મહત્વનું છે; જો તમને વાંધો ન હોય, તો કોઈ વાંધો નથી; જો તમે તમારો વિચાર બદલો છો, તો તે સંપૂર્ણપણે અલગ બાબત છે.

આ ટેનાન્ટ તમારી વાસ્તવિકતા પરની માનસિક સ્થિતિ મુજબ ખૂબ જ વાસ્તવિક દૃષ્ટિકોણ દર્શાવે છે. દ્રવ્ય મનનું હોઈ શકે છે, કારણ કે તે પદાર્થ અને સામગ્રીનું પણ હોઈ શકે છે. તમારું

મન બદલવું એ તમારી વાસ્તવિકતા બદલવાની ચાવી છે. શાણપણ એ છે કે શું બદલવું અને શું એકલા છોડી દેવું. આ લાગણીઓ અને લાગણીઓને પણ લાગુ પડે છે.

તમે આ કાર્યપુસ્તિકામાં ધ્યાન કેન્દ્રિત કરવા માંગો છો તે ૩ હેતુઓની સૂચિ બનાવો:

1.

2.

૩ .

11 વસ્તુઓની સૂચિ બનાવો કે જેના પર તમે તમારું જીવન સુધારવા માટે તમારો વિચાર બદલી શકો છો:

1.

2.

3

4

5

6

7

8

9

10

ઈરાદા વર્કબુકના ૩૩ ભાડૂતો

1 1 .

13184

ઈરાદાનું 2જી

ભાડુઆત

જ્યારે ઊર્જા બનાવી શકાતી નથી (+) અથવા નાશ કરી શકાતી નથી (-), તે વિસ્તૃત (x) અને વિભાજીત (÷) કરી શકાય છે!

ભૌતિકશાસ્ત્ર અને ઉદ્દેશ્ય બંને કામના મૂળભૂત ટેનાન્ટ તરીકે, ઉર્જાનું નિર્માણ અથવા નાશ કરી શકાતું નથી જેમ તે છે. બીજી તરફ ઉર્જા એમ્પ્લીફાઈંગ ઉર્ફની પ્રક્રિયા દ્વારા ક્યાં તો ઈરાદા અને અથવા મિકેનિઝમ દ્વારા અલગ

અભિવ્યક્તિમાં પરિવર્તિત થઈ શકે છે. વિવિધ પ્રકારની ઊર્જાનો ગુણાકાર અને વિભાજન ઉર્ફે. વિવિધ પ્રવાહોમાં ઊર્જાનું વિભાજન. આનું પરિણામ એ છે કે ઊર્જાનું પરિમાણ બદલાઈ રહ્યું છે.

તમારા અને આજુબાજુની દુનિયા બંને માટે વસ્તુઓને વધુ સકારાત્મક બનાવવા માટે ૩ ક્ષેત્રોની સૂચિ બનાવો જ્યાં તમે પ્રવેશ કરી શકો છો અને અથવા જીવન પ્રત્યેનો તમારો દૃષ્ટિકોણ બદલી શકો છો:

1. __________

2. __________

૩ .

તમારી શક્તિઓ અને નબળાઈઓનું પ્રમાણિક મૂલ્યાંકન લખો જેથી તમે તમારા જીવનને અને આસપાસના લોકોને કેવી રીતે શ્રેષ્ઠ રીતે સુધારી શકો તે અંગે તમારી જાતને સમજ આપો. મહેરબાની કરીને તેને 2 પાનાના નિબંધ તરીકે લખો અને જરૂર મુજબ તેનો પાછો સંદર્ભ લો:

____

____

____

____

____

____

____

____

____

____

____

____

____

____

– – – – – –

____

ઈરાદાનું ૩જી ભાડુઆત

તમે જે ખવડાવો છો તે વધે છે, તમે ભૂખ્યા છો તે મરી જાય છે!

આ ટેનાન્ટ દર્શાવે છે કે જો તમે વાસ્તવિકતાના ચોક્કસ પાસાઓને તમારી ઊર્જા આપો છો, તો તે તમારી અંદર અને વગર વધે છે અને જો તમે વાસ્તવિકતાના ચોક્કસ પાસાઓને તમારી ઊર્જા નહીં આપો તો તેઓ તમારી ઊર્જા માટે ભૂખ્યા તરીકે અદૃશ્ય થઈ જશે. આ ઈરાદાઓ માટે એટલું જ સાચું છે જેટલું તે બધા જીવન અને આપણા ઉપકરણો માટે છે.

11 ઇરાદાઓ અને લાગણીઓને સૂચિબદ્ધ કરો જેને તમે ખવડાવવા માંગો છો અને આ રીતે તમારા અસ્તિત્વમાં વૃદ્ધિ પામોઃ

1. ____

____

____

2. ____

____

____

3. ____

____

____

4. ____

____

____

5 .

---

6 .

---

7 .

---

8 .

---

9 .

---

1 0 .

---

1 1 .

11 લાગણીઓ અને ઈરાદાઓની સૂચિ બનાવો જે હવે તમને સેવા આપતા નથી જેને તમે ભૂતકાળમાં છોડવા માટે તમારી અંદર ભૂખે મરવા માંગો છો:

1.

2.

3 .

4 .

5 .

6 .

7 .

8 .

9 .

10 .

11 .

ઇરાદાનો 4થો ભાડૂત

સાપેક્ષતાનું વ્યસ્ત (E=MC^2) એકવચન છે

1/(E=MC^2)!

બધા એકલતા સાથે સંબંધિત છે. તેમ કહીને, સાપેક્ષતા એ એકવચનની વિપરીત અભિવ્યક્તિ છે. સાપેક્ષતા અને એકલતા બંને એકસાથે સૌથી વધુ શક્તિશાળી છે, ફક્ત અણુ બોમ્બ જુઓ; હવે સમજો કે તમારા વિચારો અને ઇરાદાઓમાં એટલી જ શક્તિ હોઈ શકે છે!

ઈરાદા વર્કબુકના ૩૩ ભાડૂતો

26184

કૃપા કરીને તમારી નિર્ણય લેવાની પ્રક્રિયા પર સાપેક્ષ પ્રભાવ ધરાવતી 11 વસ્તુઓની સૂચિ બનાવો:

1.

2.

3 .

4 .

5 .

6 .

7 .

8 .

9 .

1 0 .

1 1 .

કૃપા કરીને તમારા રોજિંદા જીવનમાં વિભાવનાઓ તરીકે સાપેક્ષતા અને એકલતા વચ્ચેના મિકેનિક્સ પર તમારા વિચારો વ્યક્ત કરતો 2 પાનાનો નિબંધ લખો, યાદ રાખો કે આ ગ્રેડ નથી, આ તમને તમારા વિચારોને સમજવામાં મદદ કરવા માટે છેઃ

ઈરાદાનો 5મો ભાડુઆત

વિચારો ભાડાપટ્ટે છે, નથી, હતી.

આ ટેનન્ટ દર્શાવે છે કે કેવી રીતે વિચાર એક બળ છે જે વહે છે અને આપણી પાસે જે હોય અથવા હોઈ શકે તે વસ્તુ નથી. આકાશી પુસ્તકાલય ઉર્ફે જેવું. ક્વોન્ટમ ફીલ્ડ, અમે રેડિયો ડાયલ્સની જેમ વિચારમાં ટ્યુન કરીએ છીએ, અમારી પાસે વિચારો નથી. વિચારો અને લાગણીઓ પછી આપણા ઇરાદાને વણી લેવા માટે વપરાય છે!

કૃપા કરીને તમે તમારા વિચારોને કેવી રીતે ટ્યુન કરો છો અને જ્યારે તમારું મન ભટકે છે ત્યારે ક્યાં જાય છે તે મુજબ અભિવ્યક્ત વિગતમાં 4 પાનાનો નિબંધ લખો. આ તમને ઈરાદાઓ સાથે વિચારોની પેટર્ન અને માનસિક વાક્યરચના કેવી રીતે સુધારવી તે મુજબ આંતરદૃષ્ટિ મેળવવામાં મદદ કરવા માટે છે:

ઈરાદાનું ૯ઠ્ઠું ભાડુઆત

શિઝમનો કાયદો : અન્યત્ર જે શક્ય છે તે અહીં પણ શક્ય છે, આપેલ છે: કે તે બીજેથી કરવામાં આવે છે!

શું તમે ક્યારેય અંતર ઉર્ફે સ્પુકી એક્શન વિશે વિચાર્યું છે. ક્વોન્ટમ મિકેનિક્સ. આ રીતે તે કામ કરે છે. આપણી વાસ્તવિકતા (∞ +1) શક્યતાઓમાંની એક છે . આ શક્યતાઓની અંદર, કંઈપણ શક્ય છે. ટૂંકમાં આ વાસ્તવિકતાને તમારા ઇરાદાઓ સાથે ઘડવા માટે, કેટલીકવાર તમારે તેને બીજે ક્યાંકથી

બનાવવું જોઈએ. વિવિધ વિશ્વો અને ક્ષેત્રો સાર્વત્રિક કાયદાને અલગ રીતે લાગુ કરે છે અને જેમ કે, તે સાર્વત્રિક કાયદાના વિવિધ કાર્યક્રમોના આધારે વિવિધ વટહુકમ માળખાં ધરાવે છે!

એક અલગ વાસ્તવિકતા કે જે ગમે ત્યાં છે, પરંતુ, પૃથ્વીની કલ્પના કરો. હવે 11 વસ્તુઓની

સૂચિ બનાવો જે તમે ત્યાં કરી શકો છો જે તમે અહીં કરી શકતા નથી. વિગતો સાથે વર્ણનાત્મક અને અભિવ્યક્ત બનો:

1. ____

2. ____

3 .

4 .

5 .

6 .

7 .

8 .

9 .

1 O .

1 1 .

હવે તમારી જાતને કલ્પના કરો કે અહીં તે વસ્તુઓ જે તે અન્ય જગ્યાએથી કરવામાં આવી છે. દરરોજ આ પ્રેક્ટિસ કરો.

ઈરાદાનો 7મો ટેનન્ટ

ના શક્તિથી, હું હવે છું!

વ્યાખ્યા દ્વારા, કંઈ અસ્તિત્વમાં નથી. જો તે ખોવાઈ જાય, તો તે તરત જ પોતાની જાતને નકારી કાઢશે અને તેથી વધુ કંઈ નહીં બને. આપણે તે નિરપેક્ષ શૂન્યની સૌથી નજીક આવી શકીએ છીએ તે હાલની વર્તમાન ક્ષણમાં છે. કારણ કે ભૂતકાળ અને કંઈ બોટ અસ્તિત્વમાં નથી, ભવિષ્યની સંભાવના પરની આપણી બધી શક્તિ અત્યારે વર્તમાન ક્ષણમાં છે!

11 જોડાણોની સૂચિ બનાવો જે તમને અહીં અને હમણાં હાજર રહેવામાં અવરોધે છેઃ

1.

____

____

____

2.

____

____

____

૩ .

____

4 .

5 .

6 .

7 .

8 .

9 .

____

____

____

1 0 .

____

____

____

1 1 .

____

____

____

દરેક જોડાણને પવિત્ર ડ્રેગનની અગ્નિ દ્વારા શુદ્ધ કરવામાં આવે છે તે કલ્પના કરો જે ફક્ત તે જ બાળી નાખે છે જેને તમે જવા દેવા માટે તૈયાર છો. તેમાં થોડું હૃદય નાખો અને અનુભવો કે અવરોધો બાષ્પ બની જાય છે અને અદૃશ્ય થઈ જાય છે. જરૂર મુજબ દરરોજ આ પ્રેક્ટિસ કરો.

ઈરાદાનો ૪મો ટેનન્ટ

બધા પાથ એક પરિણામ તરફ દોરી જાય છે!

ઉદાહરણ તરીકે અહીં સંક્ષિપ્ત વિશ્વ ધર્મો લો:

વિશ્વ ધર્મ સંક્ષિપ્ત

તાઓવાદ
હું એક અને બીજા જોઉં છું; અને એક અન્ય છે.

યહુદી ધર્મ
હું સર્જન તરફ ધ્યાન આપું છું, અને સર્જક મારું ધ્યાન રાખે છે.

ખ્રિસ્તી ધર્મ
જે એકતા છે તેનો કોઈ વિરોધી નથી.

ઇસ્લામ
એક ભગવાન અને બધા છે; એક હાર્મોનિક સમગ્ર.

પારસી ધર્મ
હું તારાઓ તરફ જોઉં છું, અને હું જે છું તેની અંદર બધું જ પ્રકાશિત છે.

હિંદુ ધર્મ
ત્યાં ઘણા દેવત્વો છે, અને એક
દૈવી.

બૌદ્ધ ધર્મ

શાંતિમાં, હું મારી જાતને ભૂલી જાઉં છું અને જોઉં છું કે હું છું.

ડ્રુડિઝ્મ
હું મારા સ્વભાવમાં જે ઉછેર કરું છું તેને મૂર્તિમંત કરું છું.

હર્મેટિક્રિઝમ
હું અંદર અને બહાર મળેલા સત્યને સ્વીકારું છું.

ટોટાહમિઝ્મ
નિશ્ચિંતતામાં, હું બધા એસેન્સ સાથે બઝ કરું છું; છતાં મારું પોતાનું ભૂલી જા.

વિક્કા
ભગવાન (દેવી) ની છાતીમાં હું સર્જનને સ્વીકારું છું અને સર્જક સાથે લગ્ન કરું છું.

સર્જનના તમામ અભિવ્યક્તિઓ સમાન નિયતિ અને હેતુ ધરાવે છે; તે માટે તે છે ∞ +1 પોતાને

તમામ સંભવિત સ્વરૂપોમાં તમામ સંભવિત રીતે અનુભવવા માટે. કારણ કે અનંત શક્ય છે, સર્જનની અંદર શક્યતાના અનંત અભિવ્યક્તિઓ છે. તેમજ દરેક ક્ષણે નવી ક્રિયાપ્રતિક્રિયાઓમાંથી નવા વિચારોનું સર્જન થતું હોવાથી, બ્રહ્માંડ અવિરતપણે વિસ્તરશે.

તમારા જીવનની દરેક વસ્તુ એકબીજા સાથે જોડાયેલી છે તેવી 11 રીતોની યાદી બનાવો. અભિવ્યક્ત વિગતમાં જાઓ:

1.

___

___

___

2.

3 .

4 .

5 .

6 .

7 .

8.

9.

10.

11.

તમે જે ઇરાદો દર્શાવવા માંગો છો તેના વિશે વિચારો, પછી તમે હમણાં જ લખેલા ઇન્ટરકનેક્ટિવિટીની તમામ 11 પદ્ધતિઓ લો

અને **2** પાનાનો નિબંધ લખો જે તમે હમણાં જ લખેલા તમામ **11** પાસાઓને એક જ હેતુમાં ફેરવો:

ઇરાદાનો ૭મો ટેનન્ટ

0 1 2 4 8 16 32 64 અને નહીં 0 1 2 3 4 5 6 7 8 9!

બ્રહ્માંડ ઘાતાંકીય બિન-રેખીય મૂલ્યોથી ચાલે છે અને ક્રમિક રેખીય મૂલ્યોથી નહીં. અમારી વિચાર પ્રક્રિયામાં આ ભૂલને ઠીક કરો અને અમારી માટે

અનંત નવી શક્યતાઓ ખુલશે. શું તમે આ ક્વોન્ટમ લીપ કરી શકો છો?

વિચારોના 11 મોડ્સની સૂચિ બનાવો કે જેને તમે રોજિંદા જીવનમાં રેખીયથી ઘાતાંકીય દૃષ્ટિકોણને અનુકૂલિત કરી શકો છો:

1.

____

____

____

2.

____

____

____

૩ .

____

____

____

4 .

5 .

6 .

7 .

8 .

9 .

10.

11.

હવે ઘાતાંકીય વિચાર રચનાઓનો ઉપયોગ કરવા માટે ૩ પૃષ્ઠ અમલીકરણ યોજના લખો અને રેખીય વિચાર રચનાઓને પાછળ છોડી દો:

ઈરાદાનો 10મો ભાડુઆત

બધા કિસ્સાઓમાં, તમે જે જૂથનો ઈરાદો ધરાવો છો તેનું વર્ગમૂળ લગભગ તે છે જેને તમે ખરેખર શોધી રહ્યાં છો!

આ ટેનાન્ટ આંકડાકીય સત્ય દર્શાવે છે કે જે લોકોના જૂથની અંદર આપેલ કોઈપણ ઇચ્છિત વસ્તી વિષયક સંખ્યા એ સમગ્ર જૂથમાં લોકોની કુલ સંખ્યાનું વર્ગમૂળ છે. આ સિદ્ધાંત વાસ્તવિકતાના ઘાતાંકીય સ્વભાવ પર ચાલે છે. વાસ્તવિકતાનો સામાન્ય દૃષ્ટિકોણ ખોટા સમર્થનને છુપાવે છે!

૩ પેટા-જૂથો લખો કે જેમાં તમે સક્રિય ભાગ છો અને સમગ્ર જૂથની કુલ વસ્તીમાં લોકોની સંખ્યા પણ લખો:

1.

2.

3.

હવે એક કેલ્ક્યુલેટર મેળવો અને સમગ્ર જૂથના કદનું વર્ગમૂળ લો અને પેટા-જૂથ કદમાં તમે ઉલ્લેખિત લોકોની સંખ્યા સાથે સરખામણી કરો. શું કોઈ સંબંધ છે? તમારા જવાબો અહીં લખોઃ

1.

2.

3.

ઇરાદાનો 11મો ભાડુઆત

સમાંતર વાસ્તવિકતામાં પ્રવેશવા માટે, તમારે પહેલા તમારી વર્તમાન સ્થિતિને લંબરૂપ માર્ગ પરથી પસાર થવું પડશે!

આ ટેનાન્ટ દર્શાવે છે કે સમાંતર પરિમાણ પર જવા માટે, તમારે પ્રથમ લંબ પરિમાણમાંથી

પસાર થવું આવશ્યક છે. **90** અને **270** ડિગ્રી હંમેશા તમારા માટે લંબરૂપ હોય છે. તેઓ વિજ્ઞાન સાહિત્યમાં સમાંતર બ્રહ્માંડોની વાત કરે છે , મને લાગે છે કે તેઓ લંબચોરસ ક્રોસરોડ્સની નોંધ કરવાનું ભૂલી ગયા છે; એક પ્રમાણિક ભૂલ મને ખાતરી છે.

૩ સમાંતર વાસ્તવિકતાઓની સૂચિ બનાવો જેનો તમે અનુભવ કરવા માંગો છો:

1.

____

____

____

2.

____

____

____

3.

____

____

____

તે ૩ સમાંતર વાસ્તવિકતાઓ મેળવવા માટે તમારે લંબરૂપ વાસ્તવિકતાને પાર કરવા માટે જરૂરી ૩ પસંદગીઓની સૂચિ બનાવો:

1. ____

2. ____

૩. ____

ઈરાદાનો 12મો ભાડૂત

બ્રહ્માંડને પકડી રાખતો ગુંદર એ વિચાર, મન અને ઈરાદાની હાજરી છે!

સબ-ક્વોન્ટમ સ્તરે, તમામ પદાર્થો સ્પષ્ટ ચુંબકીય ગુંદર દ્વારા એકસાથે રાખવામાં આવે છે જેમાં આપણા વિચારો, આપણા મનનો સમાવેશ થાય છે અને તે આપણા ઈરાદાઓ દ્વારા આકાર લે છે. આ ૩ ધારણાઓ વડે તમે તમારા મન સાથે વાસ્તવિકતાને ફરીથી આકાર આપી શકો છો!

11 ઇરાદાઓની સૂચિ બનાવો જે તમે વાસ્તવિકતામાં પ્રગટ કરવા માંગો છોઃ

1.

2.

---

3 .

---

4 .

---

5 .

---

6 .

7 .

8 .

9 .

1 0 .

1 1 .

તમે તે બધી 11 વસ્તુઓ કેવી રીતે પ્રગટ કરવા જઈ રહ્યા છો તે લખો:

1.

2.

૩ .

4 .

5 .

6 .

7 .

8 .

9 .

1 O .

1 1 .

ઈરાદાનો ૧૩મો ભાડુઆત

પ્રેમનું સાચું સ્વરૂપ શાશ્વત જીવન છે, જેમ કે, નફરતનું સાચું સ્વરૂપ સ્વ-વિનાશ છે!

પ્રેમ પોતાને સાચવે છે અને કાયમ રાખે છે. આ જીવન બનાવે છે. ધિક્કાર અને અન્ય નકારાત્મક લાગણીઓ ફક્ત પોતાને જ નાશ કરવા માંગે છે કારણ કે સર્જનના તમામ પાસાઓ એક વાસ્તવિકતાના બદલામાં છે.

11 લોકોના સ્થાનો અને અથવા તમને ગમતી વસ્તુઓની સૂચિ બનાવો:

1.

___

___

___

2.

___

___

___

3 .

___

___

___

4 .

___

___

___

5 .

___

6 .

7 .

8 .

9 .

1 0 .

1 1 .

હવે તમને ગમતા 11 લોકો, સ્થાનો અને વસ્તુઓની યાદી બનાવો:

1.

2.

3 .

4 .

5 .

6 .

7 .

8 .

9 .

1 0 .

1 1 .

હવે તમારા માટે આનો અર્થ શું છે તે વિશે એક ફકરો લખો:

ઈરાદાનો 14મો ભાડુઆત

ઉર્જાનો ક્રમ એ પ્રકૃતિ છે કારણ કે ઊર્જાની હાજરી એ પોષણ છે!

ઊર્જા સમૂહની પેટર્ન તેની પ્રકૃતિ બનાવે છે કારણ કે તેને આપવામાં આવેલી હાજરી તેને પોષે છે. હવે આ સિદ્ધાંતને તમારા મન અને હૃદય પર લાગુ કરો અને નોંધ લો કે તમે જ્યાં જવા માગો છો ત્યાં સુધી પહોંચવા માટે કઈ પેટર્નમાં સુધારાની જરૂર છે.

5 પાનાનો નિબંધ લખો જેમાં તમે તમારા જીવનમાં જે દાખલાઓનો ઉપયોગ કરો છો કે જે કામ કરે છે અને જે કામ કરતું નથી અને જ્યાં તમે તમારી હાજરીને હવેથી વધુ હકારાત્મક અસરો પેદા કરવા માટે નિર્દેશિત કરશો:

ઈરાદાનો 15મો ટેનન્ટ

જો તમે તેનો વિચાર કરી શકો, તો તે અસ્તિત્વમાં છે; માત્ર અહીં જરૂરી નથી!

બધી શક્યતાઓ એક સાથે અસ્તિત્વમાં છે. તેમાંથી ઘણી શક્યતાઓ અન્યત્ર અસ્તિત્વમાં છે. માત્ર કારણ કે તેઓ અહીં અસ્તિત્વમાં નથી, તેમને કોઈ ઓછા વાસ્તવિક બનાવતા નથી! હવે આના પર મતભેદનો કાયદો લાગુ કરો અને તમારી પાસે સોનું છે !

તમે તમારી કલ્પનાનો ઉપયોગ કેવી રીતે કરો છો, તમારા માટે કલ્પનાનો અર્થ શું છે અને તમે જીવનમાં વધુ સકારાત્મક પરિણામોની કલ્પના કેવી રીતે કરી શકો છો તેના પર 4 પાનાનો નિબંધ લખોઃ

ઈરાદા વર્કબુકના ૩૩ ભાડૂતો

ઇરાદાનો 16મો ટેનન્ટ

આવર્તન એ સર્જનનું અંતરાલ છે કારણ કે ટેમ્પો તેની ગતિ છે!

આવર્તન એ ફક્ત કેટલી વાર ઊર્જાસભર થાય છે, કારણ કે તેની ગતિ સમગ્ર સાથે તેની ક્રિયાપ્રતિક્રિયા નક્કી કરે છે. આવર્તન એ ઘટનાનો સાર છે કારણ કે ટેમ્પો તેની ક્રિયાપ્રતિક્રિયાઓની ગતિ છે. ટેમ્પો નિર્ધારિત કરે છે કે પાસાઓ ક્રિયાપ્રતિક્રિયા કરે છે કારણ કે આવર્તન તે પાસાઓ ઓળખને નિર્ધારિત કરે છે. આવર્તન ઇલેક્ટ્રિક છે કારણ કે ટેમ્પો ચુંબકીય

છે. બંને એક જ વસ્તુના 2 જુદા જુદા પાસાઓ છે. દાખલા તરીકે અહીં ડીએનએમાં ન્યુક્લિયોટાઇડ્સની આવર્તન અને ટેમ્પો છે:

એડેનાઇન **545.6HZ 127.875 BPM**

થાઇમિન **543.4HZ 127.359375 BPM**

ગુઆનાઇન **550HZ 128.90625 BPM**

સાયટોસિન **537.8HZ 126.04875 BPM**

ઉપર જણાવ્યા મુજબ યોગ્ય ટેમ્પો સ્પીડ પર આ ફ્રીક્વન્સીઝનો ઉપયોગ ઈરાદાપૂર્વકના કામમાં મોટી અસર માટે થઈ શકે છે.

આકાશગંગાના કેન્દ્રની આવર્તન અને ટેમ્પોની પણ નોંધ લો:

154.15HZ 144BPM.

ઉદાહરણ તરીકે, સંગીતને આમાં કન્વર્ટ કરવા માટે, પિચને **440HZ** થી **154.15HZ** માં બદલો અને **144/120** અથવા **1.2x** ના ગુણક દ્વારા ઝડપી ગતિ કરો અને તમારું સંગીત વૈશ્વિક બની જશે. આ ઇરાદાઓને પણ લાગુ પડે છે કારણ કે તેઓ તે જ રીતે કાર્ય કરે છે.

અન્ય નોંધપાત્ર ફ્રીક્વન્સીઝ અને ટેમ્પો વિસ્તારો નીચે મુજબ છે:

પૃથ્વી

સિનોડિક ડે **194.18HZ 91 BPM**

સિંડરિક દિવસ **194.71HZ 91.3 BPM**

પૃથ્વી વર્ષ **136.10HZ 127.6 BPM**

પ્લેટોનિક વર્ષ **172.06HZ 80.6 BPM**

ચંદ્ર

ધર્મસભા. ચંદ્ર 210.42HZ 98.6 BPM

સાઇડર મૂન 227.43HZ 106.6 BPM

પરાકાષ્ઠા 187.61HZ 89.7 BPM

મેટોનિક 229.22HZ 107.4 BPM

સરોસ 241.56HZ 113.2 BPM

એપ્સિડિસ 246.04HZ 115.3 BPM

મૂન નોટ 234.16HZ 109.8 BPM

ગ્રહો

સૂર્ય 126.22HZ 118.3 BPM

બુધ 141.27HZ 132.4 BPM

શુક્ર 221.23HZ 103.7 BPM

મંગળ 144.72HZ 135.6 BPM

ગુરુ 183.58HZ 172.1 BPM

શનિ 174.85HZ 138.6 BPM

યુરેનસ 207.36HZ 97.2 BPM

નેપ્ચ્યુન 211.44HZ 99.1 BPM

પ્લુટો 140.64HZ 65.9 BPM

11 રીતોની યાદી આપો જેમાં તમે આ જ્ઞાનને લાગુ કરશોઃ

1.

___

___

___

2.

3 .

4 .

5 .

6 .

7 .

8 .

9 .

1 0 .

1 1 .

ઈરાદાનો 17મો ટેનન્ટ

સત્ય તમને મુક્ત કરશે, સત્ય તમને નારાજ પણ કરશે!

ખુશામત ન કરનાર સત્ય કરતાં વધુ અપમાનજનક કંઈ નથી. આ પ્રકારનું સત્ય આપણને કહે છે કે આપણે એક વ્યક્તિ તરીકે ક્યાં વિકાસ કરી શકીએ. તે અપમાનજનક છે કારણ કે તે આપણી જાતનું એક પાસું છતી કરે

છે કે આપણે તેનો સામનો કરવો નહીં અને આપણી જાતથી છુપાવવું નહીં. તેનો સામનો કરવો અને પર્યાપ્ત ફેરફારો કરવા એ સત્ય આપણને કેવી રીતે મુક્ત કરશે!

તમે તમારી જાતને નિયમિત રીતે કહો છો તે 11 જૂઠ્ઠાણું શોધો અને સૂચિબદ્ધ કરો:

1.

____

____

____

2.

____

____

____

3 .

____

____

____

4 .

____

5 .

6 .

7 .

8 .

9 .

1 0 .

1 1 .

ભવિષ્યમાં તમે તમારી જાત સાથે કેવી રીતે જૂઠું બોલવાનું ટાળશો તેના પર એક ફકરો લખોઃ

ઈરાદાનો 18મો ભાડુઆત

ઊર્જા વૈકલ્પિક, દિશા નિર્દેશ કરે છે!

દૈવી સિદ્ધાંતો વચ્ચે વૈકલ્પિક પ્રવાહ આપણી જાત અને આપણા હેતુઓ બંનેની ક્રિયાપ્રતિક્રિયા નક્કી કરે છે. પ્રત્યક્ષ પ્રવાહ જીવનમાં આપણા માર્ગના વેક્ટરને નિર્ધારિત કરે છે. એસી એ ધોરણ છે જેના પર આપણે ધ્યાન કેન્દ્રિત કરવું જોઈએ. નિકોલા ટેસ્લા હંમેશની જેમ સાચા હતા.

એસી આપણી વાસ્તવિકતાના પુરૂષવાચી અને સ્ત્રીની બંને પાસાઓ વચ્ચે થાય છે.

તમારા રોજિંદા જીવનમાં વૈકલ્પિક પ્રવાહના 11 ઉદાહરણોની સૂચિ બનાવો:

1.

2.

---

3 .

---

4 .

---

5 .

6 .

7 .

8 .

9 .

1 0 .

1 1 .

તમારા રોજિંદા જીવનમાં સીધા પ્રવાહના 11 ઉદાહરણોની સૂચિ બનાવો:

1.

2.

3 .

4 .

5 .

6 .

7 .

8 .

9 .

---

1 0 .

---

1 1 .

ઈરાદાનો 19મો ટેનન્ટ

પ્રકાશ એ સમયની મુસાફરી છે અને પ્રકાશ એ અવકાશ અને સમય બંનેને પાર કરે છે!

પ્રકાશની ઝડપ સમયને શા માટે વાર્પ કરે છે? કારણ કે તેની પ્રકૃતિ દ્વારા, પ્રકાશ બંને સમય પસાર કરે છે અને પરિણામે સમય બનાવે છે. તમારી પાસે સમય નથી, તમે તેને બનાવો. તમે ઇરાદાને જેટલી વધુ ઊર્જા આપો છો, તેટલો વધુ સમય તમે તેને ફાળવો છો!

તમે મુલાકાત લેવા અને અનુભવ કરવા માંગતા હો તેવા 11 સ્થાનો અને વિસ્તારોની સૂચિ બનાવો:

1.

____

____

____

2.

____

____

____

૩ .

____

____

____

4 .

____

____

____

5 .

6 .

7 .

8 .

9 .

1 0 .

1 1 .

ઈરાદાનો 20મો ટેનન્ટ

સમયસર ટાંકો ૭ બચાવે છે!

ભાષણની આ ઉત્તમ આકૃતિના પરંપરાગત અર્થની બહાર; એક ગુપ્ત અર્થ છે. ૭ પૂર્ણતાની સંખ્યા અને સ્ટ્રિંગ સ્ટ્રિંગ થિયરીમાં 1 પરિમાણીય વેક્ટર સ્ટ્રિંગની જેમ જ છે; 1 પરિમાણીય વેક્ટર્સનું વણાટ પૂર્ણ થયું (૭) એ છે કે કેવી રીતે આપણી વાસ્તવિકતાને સ્પષ્ટપણે આકાર આપવા માટે આપણા હેતુઓને વણાવી શકાય છે. ફિબોનાકી સિક્વન્સ અથવા ફી ϕ પર આધારિત જીવનનું ફૂલ અથવા કોઈપણ

પેટર્ન લો . પછી તે પેટર્નમાં તમારા ઇરાદાને એન્કર કરવા માટે વિસ્તારોની ગ્રીડનો ઉપયોગ કરો. પછી તેના ગુરુત્વાકર્ષણ કેન્દ્ર અથવા શૂન્ય બિંદુને સ્પિન થવા દો, આમ, અમારી 3D અને 4D ઇવેન્ટ સ્પેસ અથવા સમયરેખા પર વિચારના સિંગલ ડાયમેન્શનલ વેક્ટરને સ્ટીચ કરો. આ રીતે તમે વાસ્તવિકતાના પરિણામને તમારા મનથી પ્રભાવિત કરી શકો છો. તે ટેન્સર વેવ અને રોડિન કોઇલ જેવી સ્કેલર વેવ ટેકનોલોજી સાથે પણ સરસ કામ કરે છે. N52 ચુંબકીય ગોળાને તમારા રોડિન કોઇલના મુખ્ય ભાગ તરીકે ભૂલશો નહીં!

20મા ભાડૂઆતની પદ્ધતિઓની કલ્પના કરવાની પ્રેક્ટિસ કરો. હવે તમારી આ કરવાની પદ્ધતિ પર કામ કરતા **૩** પાનાનો નિબંધ લખો:

ઈરાદા વર્કબુકના ૩૩ ભાડૂતો

ઈરાદાનો 21મો ટેનન્ટ

ઘર્ષણની માત્રાને સંબંધિત સ્પિનનો દર પરિણામ નક્કી કરે છે.

સર્જનમાં દરેક વસ્તુ મેનિક ટોપની જેમ ફરતી હોય છે. સ્થિરતા એ બધી વસ્તુઓના સ્પિન વચ્ચે જોવા મળતા સંતુલનને કારણે પેદા થતો ભ્રમ છે. જો તમે સ્પિનની અક્ષને સહેજ પણ બદલો છો, તો તમે સમગ્ર પરિણામ બદલી નાખો છો. આ તમને અને બધી વસ્તુઓને સમાનરૂપે લાગુ પડે છે. બધા ચક્રો તમારા શરીરના વેક્ટર પર સ્પિન પોઈન્ટ છે. વિજ્ઞાનમાં તમામ અણુ તત્વોની

પોતાની સ્પિન પણ હોય છે. આપણા ગ્રહ, આપણું સૌરમંડળ, આપણી આકાશગંગા અને બધી વસ્તુઓ પણ આમ જ કરે છે! સ્પિનના સ્વયંસિદ્ધ ફેરફારો વાસ્તવિકતાના સમગ્ર પરિણામને બદલી નાખે છે કારણ કે તે બધી વસ્તુઓનું સંતુલન પણ બદલી નાખે છે. સૃષ્ટિના અન્ય તમામ પાસાઓ સાથે બધું એકબીજા સાથે જોડાયેલું છે. ઊર્જાસભર ક્ષેત્રની સ્પિન બદલવાથી સમગ્ર વાસ્તવિકતા બદલાઈ જાય છે. આ તમારી અંદર અથવા તમારી બહાર કરી શકાય છે. પરિણામ એ જ છે, ઊર્જાની એક અભિવ્યક્તિથી બીજી અભિવ્યક્તિમાં પરિવર્તન એ સાર્વત્રિક સ્થિરતા અને રોજિંદા જીવનની વાસ્તવિકતા બંને છે. પરિવર્તન માટે અનુકૂલનક્ષમતા એ લાંબા ગાળાના અસ્તિત્વ માટે પૂર્વશરત છે!

આંતરિક કાર્યના ૩ ક્ષેત્રોની સૂચિ બનાવો જ્યાં તમે તેમની સ્પિનની ધરી બદલી શકો છો. અભિવ્યક્ત બનો અને વિગતવાર જાઓ:

1.

____

____

____

____

____

2.

____

____

____

____

____

3.

____

____

____

ઈરાદાનો 22મો ટેનન્ટ

કલ્પના વાસ્તવિક છે, તેમ છતાં, હંમેશા હાજર નથી!

તમે જે કંઈપણ કલ્પના કરી શકો છો તે વાસ્તવિક છે, તેમ છતાં, જે કલ્પના કરવામાં આવે છે તે હંમેશા તમારી વર્તમાન વાસ્તવિકતાને લાગુ પડતી નથી. શાણપણ તફાવત લાયક છે. બુદ્ધિ પોતાના સાંભળતા હૃદયમાંથી ઉદભવે છે, કારણ કે બુદ્ધિ મનમાંથી વરાળથી પોતાને

સાંભળે છે. અહીં અને હમણાં જાણો અને તમારા પસંદ કરેલા ભવિષ્ય તરફ તમારા માર્ગને દિશામાન કરવા માટે કલ્પનાનો ઉપયોગ કરો. જેમ કે સ્પષ્ટતા અને ગાંડપણ વચ્ચેના સંકુચિત માર્ગ પર ચાલતા, તમે આ વિચાર પ્રવેગક ઉર્ફના સતત બદલાતા સ્વભાવને સમજી શકો છો. વાસ્તવિકતા જે વાસ્તવિક છે તે વ્યક્તિની સાપેક્ષ છે છતાં વાસ્તવિકતા જે શેર કરવામાં આવે છે તે સાર્વત્રિક છે. સર્જનના લૂમ પર તમારા વિચારોના વણાટની પેટર્નના હેતુમાં ઈથરને ક્રાફ્ટ કરવા માટે એક સાધન તરીકે કલ્પનાનો ઉપયોગ કરો. આ રીતે અભિવ્યક્તિ ખરેખર કાર્ય કરે છે.

તમારી વાસ્તવિકતામાં હાજર **11** વસ્તુઓની સૂચિ બનાવો જે તમે હજી સુધી હાજર ન હોય તેવા હેતુઓને લાવવા માટે પાયા તરીકે ઉપયોગ કરી શકો છોઃ

1.

____
____
____

2.

____
____
____

3 .

____
____
____

4 .

____

5 .

6 .

7 .

8 .

9 .

1 0 .

1 1 .

તમે ઇરાદાથી વાસ્તવિકતા તરફ પુલ કેવી રીતે બનાવશો તેના પર એક સંક્ષિપ્ત નિબંધ લખોઃ

ઈરાદાનો 23મો ભાડુઆત

કર્મ એ ધર્મની પસંદગી છે કારણ કે ભોદી ધર્મનો માર્ગ પસંદ કરે છે.

કર્મને સામાન્ય રીતે ક્રિયા અને પ્રતિક્રિયા તરીકે સમજવામાં આવે છે. એક સારું કાર્ય (+-+) સર્કિટને ફરજિયાત કરે છે કારણ કે પ્રારંભિક સારું કાર્ય એ + છે અને સમય અને અથવા ઊર્જા અને અથવા સંસાધનોની કિંમત છે - અને આના પરિણામે વરદાન + તમારી પાસે પાછા આવશે. ખરાબ કાર્ય વિરુદ્ધ (-+-) સર્કિટને ફરજિયાત કરે છે. ખરાબ કૃત્ય - ત્વરિત

પ્રસન્નતા અથવા ખરાબ મેળવેલ લાભ દ્વારા અનુસરવામાં આવે છે + અને તેના દેવાની વસૂલાતમાં પરિણમે છે -.

ધર્મ કર્મ નક્કી કરે છે કારણ કે ધર્મ શાબ્દિક રીતે આપણે કરીએ છીએ તે પસંદગીઓ છે. આપણી પસંદગીઓ આપણા કર્મની ક્રિયા અને પ્રતિક્રિયા નક્કી કરે છે!

ભોડી એ એકસાથે પેક કરાયેલી પસંદગીઓનો સમૂહ છે જે નાણાકીય સાધનોને એકસાથે કેવી રીતે પેકેજ કરવામાં આવે છે. ભોડી એ ધાર્મિક પસંદગીઓનો સમૂહ છે જે બદલામાં આપણું પરિણામ અને પરિણામો, આપણું કર્મ નક્કી કરે છે.

તમારા રોજિંદા જીવનમાં કર્મ, ધર્મ અને ભોદીની ભૂમિકાઓ સમજાવતો ૩ પાનાનો નિબંધ લખો:

ઈરાદાનો 24મો ભાડૂત

બધું જ જીવન છે, તમામ જીવન કોષોનું બનેલું છે. ફરક માત્ર એટલો છે કે આપણું જીવન કયા સ્તરના સ્તરની અંદર છે!

બાયોલોજીમાંથી સેલ થિયરીને ગણિતમાં સેટ થિયરી સાથે જોડો અને મલ્ટિવર્સને એક ભવ્ય કોસ્મિક જીવન તરીકે જુઓ. તે અસ્તિત્વનો

સ્વભાવ છે. આપણો ગ્રહ છે, પરંતુ આપણે જેવા છીએ તે કોસ્મિક અસ્તિત્વમાં એક કોષ છે પરંતુ આપણા ગ્રહનો એક કોષ છે અને આપણી પાસે કોષો પણ છે જે આપણી રચના બનાવે છે; કારણ કે તે અનંત (∞ +1) અને તેનાથી આગળ છે. અનંતને અનંત જીવનના 1 સમૂહ તરીકે વિચારો અને પછી વિચારો કે તે જીવનના અનંત સમૂહોની બહાર છે; ઊર્જાસભર મૂલ્યમાં બધા સમાન, છતાં, ઊર્જાસભર અનુક્રમ અને વાક્યરચનાઓમાં અલગ. આમ જીવન, અનંત અને ભવ્ય છે. જીવન 1 નું ∞ +1 અને ∞ છે.

11 કારણો લખો કે શા માટે સમગ્ર સૃષ્ટિ એક વિશાળ જીવંત જીવ છે:

1. ______________________________

____

____

2. ______________________________

____

____

3 ______________________________

____

____

4 ______________________________

____

____

5 .

6 .

7 .

8 .

9 .

1 0 .

1 1 .

તમારી જાતને તમારા જવાબો સમજાવતો સંક્ષિપ્ત નિબંધ લખોઃ

ઈરાદાનો 25મો ટેનન્ટ

ઉપરની જેમ, તેથી નીચે; નીચેની જેમ, તેથી ઉપર: આપણી વર્તમાન વાસ્તવિકતા અત્યારે ઉપર અને નીચે બંનેની મુદ્રાંકન છે!

આ ક્વોન્ટમ મિકેનિક્સ અને પાર્ટિકલ ફિઝિક્સમાં બીજા ક્વોન્ટાઇઝેશનના સિદ્ધાંતોને દર્શાવે છે. સામાન્ય માણસની દ્રષ્ટિએ, ઉપરના કોસ્મિકની સ્પિન અને નીચેના પેટા-ક્વોન્ટાનું સ્પિન એક બીજાના સમાન છે છતાં સ્કેલમાં

વિરુદ્ધ છે. પરમાણુ આપણી રોજિંદી ધારણાથી તારાઓ જેટલું જ દૂર છે, તેમ છતાં, માપની વિરુદ્ધ દિશામાં છે. તે ઉપર અને નીચે બંનેની સ્પિન છે જે આ હોલોગ્રાફિક અસ્તિત્વને પ્રસ્તુત કરે છે જેને આપણે વાસ્તવિકતા કહીએ છીએ. અસ્તિત્વ હંમેશા ઉપર અને નીચેની વચ્ચે હોય છે અને તમે તેમાં ક્યાં છો તે હાલની વર્તમાન ક્ષણમાં તમારા પર્યાવરણની તુલનામાં તમારા ઊર્જાસભર સ્પિન દ્વારા નક્કી કરવામાં આવે છે. તમે અત્યારે કરો છો તે દરેક પસંદગી બટરફ્લાય અસરની સંપૂર્ણ અસર ધરાવે છે કારણ કે તે આપણું પોતાનું ભવિષ્ય પસંદ કરવાની આપણી શક્તિ છે. તમારી વ્યક્તિગત સમયરેખાના પરિણામ તરીકે તમે કયું ભવિષ્ય પસંદ કરશો તે તમારી પસંદગીઓ, વિચારો અને ક્રિયાઓ દ્વારા નક્કી કરવામાં આવે છે. પરિવર્તન તમારા અસ્તિત્વની અંદરથી શરૂ થાય છે અને

તમારી ઇચ્છિત વાસ્તવિકતાને પ્રગટ કરવા માટે કાર્ય કરવું આવશ્યક છે.

ઉપર અને નીચેનો પત્રવ્યવહાર તમારા જીવનને કેવી રીતે અસર કરે છે અને તે તમારી વિચાર પ્રક્રિયામાં કેવી ભૂમિકા ભજવે છે તે દર્શાવતો ૩ પાનાનો નિબંધ લખો:

ઈરાદા વર્કબુકના ૩૩ ભાડૂતો

____
____
____
____
____

ઈરાદાનો 26મો ટેનન્ટ

સમય બનતો નથી, તે ચંદ્રપ્રકાશમાં ખીલેલા કમળની જેમ પ્રગટ થાય છે.

4 થી પરિમાણીય ટેમ્પોરલ ઘટના જગ્યા અથવા સમય જેને આપણે કહીએ છીએ તે થતું નથી. સમય એટલે ગતિના ઉદ્દેશ્ય સુધી 3D વસ્તુઓનું

ઉદભવવું. ઘટના જગ્યા. ઘટનાઓ વ્યવસ્થિત રીતે પ્રગટ થાય છે. આ ખુલાસો વ્યક્તિ(ઓ) અને અથવા ઑબ્જેક્ટ(ઓ) ઊર્જાસભર સ્પિન દ્વારા નક્કી કરવામાં આવે છે. કમળનું ખીલવું એ સ્થિર ફ્રેમ 3D ઘટનાઓનો ક્રમ છે. તે જ સિદ્ધાંત છે કે શા માટે ફિલ્મો એવો ભ્રમ કરી શકે છે કે તે ઘટનાઓ આપણી સામે જ બની રહી છે. બધી મૂવી એ ઘટનાઓના ટુકડાઓના ચિત્રોનો ક્રમ છે જે ગતિના કાવતરાને દર્શાવે છે જે સંદેશને પ્રકાશમાં લાવે છે. ચલચિત્રો એક ભ્રમણા છે અને વાર્તાની નૈતિકતા એ કોઈપણ વાર્તા કહેવાનો હેતુ છે. ટોમ એ જ ભ્રમણા માટે કામ કરે છે. તમારી ઘડિયાળ પરનો સમય એવો અસ્તિત્વમાં નથી. ચોક્કસ અંતરાલો પર પુનરાવર્તિત થતી ઘટનાઓ ચક્રમાં ગોઠવવામાં આવે છે તે ખરેખર આપણે જેને સમય કહીએ છીએ તેની સાચી વાસ્તવિકતા છે! 5D

શક્યતાઓના ક્રમમાં 4D ટેમ્પોરલ ઘટનાઓના વેક્ટર પર 3D પોસ્ટ્યુલેટ્સનું પ્રગટીકરણ એ છે કે મલ્ટિવર્સમાં સમય કેવી રીતે વ્યક્ત થાય છે.

11 વસ્તુઓની સૂચિ બનાવો જે તમારા જીવનમાં તમારા માટે વિના પ્રયાસે પ્રગટ થઈ છે:

1.

2.

---

3 .

---

4 .

5 .

6 .

7 .

8 .

9 .

1 0 .

1 1 .

આ અભિવ્યક્તિઓ તમારા માટે વિના પ્રયાસે કેવી રીતે પ્રગટ થઈ તે સમજાવતો સંક્ષિપ્ત નિબંધ લખોઃ

ઈરાદાનો 27મો ટેનન્ટ

પૃથ્વી સપાટ છે અને તે જ સમયે તે એક ગ્લોબ છે.

સપાટ પૃથ્વીની થિયરીઓ ખૂબ નિંદા કરે છે, તેમ છતાં, તેમાં ગહન સત્ય છે. ખરેખર, પૃથ્વી એક જ સમયે સપાટ અને ગ્લોબ બંને કેવી રીતે હોઈ શકે અને હું આવા વિચિત્ર નિષ્કર્ષ શા માટે દોરી શકું. સારું, ચાલો હું તમને કહું; ૩ પરિમાણમાં

પૃથ્વી ખરેખર એક ગ્લોબ છે અને 2 પરિમાણમાં પૃથ્વી ખરેખર સપાટ છે. હવે પૃથ્વીના સ્પિનને બનાવેલા ફ્રેક્ટલના 2 2D રેન્ડરીંગ લો . એક ખંડિત આકાશ માટે અને બીજું પૃથ્વી માટે; ઉપર અને નીચે. તેઓ વિરુદ્ધ દિશામાં ફરતા દેખાય છે. વાસ્તવમાં તેઓ બંને એકબીજા સાથે મિરર ઇમેજ સપ્રમાણતામાં સમાન સ્પિન ધરાવે છે. આનો સપાટ પૃથ્વી અથવા ગ્લોબ સાથે શું સંબંધ છે? હવે હું તમને બધું કહી દઉં. અમે આ 2 સ્પિનિંગ ફ્રેકટલ્સની મધ્યમાં અને સ્મેક ડેબ વચ્ચે છીએ અને 3D વાસ્તવિકતાનો હોલોગ્રામ એ ઉપર અને નીચેની 2 મિરર ઇમેજ સ્પિન વચ્ચેનું રેન્ડરિંગ છે; આ તેની શ્રેષ્ઠ રીતે બીજું પરિમાણ છે. હા સપાટ અને ખરેખર ગ્લોબ બંને. ચાલો આ ખ્યાલને આગળ લઈ જઈએ ! હવે આ ફ્રેક્ટલ ડિસ્કના વધારાના સેટને એકબીજાની ઉપર અને એકબીજાની નીચે ચિત્રિત કરો. 4

ડિસ્ક તેમના સંબંધિત સ્પિન સાથે અમારી વાસ્તવિકતા માટે 4 પરિમાણો બનાવે છે, સમય અને જગ્યા બંને. જ્યારે આપણે આપણી જાતને મેદાનમાં ઉમેરીએ છીએ ત્યારે આપણે શક્યતાનું 5મું પરિમાણ બનાવીએ છીએ કારણ કે આપણી પસંદગીઓ હવે ભવિષ્યની શક્યતાઓ નક્કી કરે છે જે આપણી સમક્ષ ખુલશે. આપણા પોતાના ઊર્જાસભર સ્પિનને બદલીને આપણી વાસ્તવિકતાની ફ્રેક્ટલ ડિસ્ક વચ્ચે સંતુલન સ્થાપિત કરવાના હેતુઓ એ છે કે તમે કેવી રીતે તમારી પોતાની સમયરેખામાં તમારું પોતાનું ભવિષ્ય નક્કી કરી શકો છો. ઇન્ટરપ્લેનેટરી પોર્ટલ અને તમારા ગંતવ્ય વિશ્વના સ્પિનના દરવાજા ખોલતી વખતે પણ ધ્યાન રાખો કારણ કે વિશ્વ વચ્ચે સુરક્ષિત પરિવહનને સમાવવા માટે પોર્ટલને ઘડિયાળની દિશામાં અથવા કાઉન્ટરક્લોકવાઇઝમાં સંરેખિત કરવાની જરૂર

છે. આમ કરવામાં નિષ્ફળતા તમને વિશ્વની વચ્ચેના શૂન્યતામાં ફસાઈ શકે છે!

તમારા રોજિંદા જીવનમાં વિવિધ પરિમાણો પર વાસ્તવિકતાના વિવિધ સ્તરો કેવી રીતે ક્રિયાપ્રતિક્રિયા કરે છે તેના પર તમારા વિચારો વ્યક્ત કરતો 5 પૃષ્ઠનો નિબંધ લખો:

___

___

___

___

___

___

___

___

___

___

___

___

___

___

___

ઈરાદા વર્કબુકના ૩૩ ભાડૂતો

ઈરાદાનો 28મો ભાડુઆત

કોન એ હાજરી અને ખાલીપણું બંને છે કારણ કે સાર ગરમી અને ઠંડી બંને છે!

કોનનો સિદ્ધાંત એ છે કે તે શુદ્ધ હાજરી છે અને ખાલી જગ્યા રોકે છે. હિગ્સ બોસોન શાબ્દિક રીતે એ જ વસ્તુ છે જેમ કે કોન એક બળ વહન કરતું કણ છે જે 0 ના ક્ષેત્ર મૂલ્ય સાથે ખાલી જગ્યા રોકે છે. કોન એ ચુંબકત્વ અને પ્રેમનો સિદ્ધાંત પણ છે. તમે જુઓ છો કે હૃદય મગજ કરતાં 100 ગણું વધુ શક્તિશાળી છે અને

મગજના અડધા કદનું છે. હૃદય શરીરનું ચુંબકત્વ બનાવે છે. સાર અથવા ઊર્જા તાપમાન દ્વારા નક્કી કરવામાં આવે છે, ઠંડી ઊર્જા ઉત્પન્ન કરે છે કારણ કે ગરમી ઊર્જાને વિખેરી નાખે છે. તાપમાનની પેટર્નિંગ એસેન્સના વિદ્યુત અને માહિતી કાર્યો બંનેને નિર્ધારિત કરે છે. મગજ હૃદયના કદ કરતાં બમણું છે અને હૃદયને **100** ગણું ઓછું આઉટપુટ આપે છે. માનસિક વિચારો અને દિલની લાગણીઓ આપણા જીવવિજ્ઞાનમાં એકબીજા સાથે વિપરીત પ્રમાણમાં છે. આપણે બંનેનો ઉપયોગ આપણા ઇરાદાઓને પ્રગટ કરવા માટે કરવાની જરૂર છે. તમારા ઇરાદાઓને સંપૂર્ણ રીતે પ્રગટ કરવા માટે કોન્ફરન્સ અને એસેન્સ બંનેનો એકબીજા સાથે મળીને ઉપયોગ કરવો આવશ્યક છે!

દબાણ અને તાપમાન બંને તમારા રોજિંદા જીવનમાં મૂળભૂત ભૂમિકા ભજવે છે તે **11** રીતોની સૂચિ બનાવોઃ

1.

2.

3 .

4 .

5 .

6 .

7 .

8 .

9 .

1 0 .

1 1 .

તમે આ જ્ઞાનને કેવી રીતે લાગુ કરવા માંગો છો તેના પર એક સંક્ષિપ્ત નિબંધ લખો:

ઈરાદાનો 29મો ટેનન્ટ

તમે તમારા એકમાત્ર અવરોધ છો!

જો તમારા માર્ગમાં કોઈ અવરોધ છે, તો તે તમારી અંદર પ્રથમ હાજર હોવો જોઈએ. આને કારણે તમારા જવાબો શોધવા અને તમારી પોતાની બાહ્ય વાસ્તવિકતામાં તેનો સામનો કરવાનું ટાળવા માટે આંતરિક અવરોધોને ઉકેલવા અને દૂર કરવા મહત્વપૂર્ણ છે. ટૂંકમાં તમને આ હકીકતને કારણે તમારા આંતરિક કાર્યને ચાલુ રાખવાની સલાહ આપવામાં આવે છે!

તમે જીવનમાં તમારી પોતાની રીતે કેવી રીતે મેળવ્યું છે તેના 11 ઉદાહરણોની સૂચિ બનાવો:

1.

2.

3

4

5 .

6 .

7 .

8 .

9 .

1 0 .

1 1 .

11 માર્ગોની સૂચિ બનાવો જે તમે ભવિષ્યમાં તમારા માર્ગમાં અવરોધોને અટકાવી શકશોઃ

1.

2.

3 .

4 .

5 .

6 .

7 .

8 .

9 .

---

1 0 .

---

1 1 .

ઈરાદાનો 30મો ટેનન્ટ

અવકાશ અને સમય બંનેમાં અનેક વિશ્વ ફેલાયેલા છે!

સાયન્સ ફિક્શન શૈલીની જેમ સમયની મુસાફરી વાસ્તવમાં છઠ્ઠી પરિમાણીય અને ઉચ્ચ રચના છે. આવું કરવા માટે, તમારે 6ઠ્ઠી પરિમાણીય ટાઈમ શાફ્ટ ખોલવી જોઈએ જે જગ્યા અને સમય બંનેમાં એલિવેટર જેવું કામ કરે છે. 6D ટાઈમ શાફ્ટ તમને 5D શક્યતાઓ અને 4D ઇવેન્ટ સ્પેસ સિક્વન્સના સેટ પર કોઈપણ બિંદુ પર લઈ જઈ શકે છે. ઘણી તારાઓ વચ્ચેની

સંસ્કૃતિ આપણા પોતાના કરતા અલગ સમયમાં અસ્તિત્વ ધરાવે છે. તે હકીકતને કારણે, તેમાંથી ઘણી તારાઓ અને વિશ્વની બહારની સંસ્કૃતિઓમાં મુસાફરી કરવા માટે, આપણે અવકાશ અને સમય બંનેમાંથી મુસાફરી કરવી જોઈએ. એક મહત્વનો તફાવત એ છે કે આપણે વાસ્તવમાં સમયસર પાછા જતા નથી, " પાછળ " જવાનો પ્રયાસ કરવો એ માત્ર શક્તિનો મૂર્ખામીભર્યો બગાડ જ નથી, નેક્રોમેંસી શા માટે ખરાબ સલાહ આપવામાં આવે છે તે જ કારણોસર પ્રયાસ કરવો તે બેશરમ રીતે જોખમી છે કારણ કે તમે કરી શકતા નથી. મૃતકોને પણ જીવંત કરો. આ જાણો, ભૂતકાળનું અસ્તિત્વ નથી અને મૃત્યુ પણ નથી. આનું કારણ સરળ છે, કારણ કે ઉર્જાનું સર્જન કે નાશ કરી શકાતું નથી, પરંતુ, ઉર્જા હંમેશા નવા સ્વરૂપોમાં આવવા દે છે. આ કારણે તમે પાછા જતા નથી અને

મૃતકોને પણ જીવતા નથી કરતા. તેના બદલે તમારે પહેલાની ઘટના ક્રમમાં આગળ વધવું જોઈએ અને અથવા વહાલથી વિદાય પામેલાને નવા અવતારમાં આગળ ખેંચવું જોઈએ. ખાતરી કરો કે તમારા પુનરુત્થાન માટે એક પર્યાપ્ત વાસણ હાથમાં છે જો તમે તે પ્રયાસ કરો છો, જે હજુ પણ બીમાર છે. જો તમે સમયરેખા પર પહેલાના મુદ્દા પર જાઓ છો, તો તે હજી પણ તમારું ભવિષ્ય છે, પછી ભલે તે બીજા બધાનો ભૂતકાળ હોય. તે સાથે કહ્યું, જો તમે ભૂતકાળને ગડબડ કરો છો, તો તમે ફક્ત તમારી પોતાની સમયરેખા અને ભવિષ્યને ગડબડ કરવા માટે સેવા આપો છો. 6ઠ્ઠા પરિમાણીય ટાઈમ શાફ્ટ દ્વારા અવકાશ અને સમયની આ ટ્રાવર્સિંગનો ઉપયોગ વોર્મહોલ અને અથવા પોર્ટલ સિસ્ટમ્સ દ્વારા અન્ય તારાઓ વચ્ચેની સંસ્કૃતિ અને વિશ્વને ઍક્સેસ કરવા માટે શ્રેષ્ઠ રીતે થાય છે. સ્પેસ

ક્રાફ્ટ જ્યારે વિશાળ તફાવતોને પાર કરે છે ત્યારે ઝડપથી અવ્યવહારુ બની જાય છે.

અસ્થાયી વાસ્તવિકતાના 11 વિવિધ પાસાઓની સૂચિ બનાવો જે તમે જીવનમાં અન્વેષણ કરવા માંગો છોઃ

1.

____

____

____

2.

____

____

____

3 .

4 .

5 .

6 .

7 .

8 .

9 .

1 0 .

1 1 .

તમારા માટે જગ્યા અને સમયનો અર્થ શું છે તે વિશે તમારા માટે 2 પૃષ્ઠનો નિબંધ લખો:

ઈરાદાનો ૩1મો ટેનન્ટ

તમારું કંપન એ તમારું કંપનવિસ્તાર છે, તમારી આવર્તન એ તમારી હાજરીનું સ્તર છે!

લોકો વિચારે છે કે તમારા સ્પંદનને વધારવું એ તમારી આવર્તન વધારી રહ્યું છે; બિલકુલ કેસ નથી. તમારી આવર્તન એ છે કે તમે સર્જનના જીવનના બીજા પાસામાં કેટલી વાર આવો છો . તમારું કંપન એ તમારું કંપનવિસ્તાર છે, તમારી આવર્તન જેવું નથી. તમારું કંપનવિસ્તાર એ નક્કી થાય છે કે તમારું આંતરિક અસ્તિત્વ કેટલું ઊંડું

અને સ્થિર છે. તમારું કંપન વધારવું એ સારી બાબત છે. તે તમારા ઇરાદાઓને વધુ ઉત્સાહ આપે છે. જો તમારી પાસે હાજરી ઉર્ફ ન હોય તો તમારી આવર્તન વધારવી વિનાશક બની શકે છે. તે વધેલી આવર્તનને ટકાવી રાખવા માટે કંપનવિસ્તાર. બીજા શબ્દોમાં કહીએ તો, તમારી આવર્તન વધારવાથી તમે ખૂબ પાતળા થઈ શકો છો. તમારા કંપનનું કંપનવિસ્તાર વધારવું તમને તમારા ઇરાદાઓને અનુસરવા અને અમલમાં મૂકવા માટે વધુ શક્તિ સાથે વધુ મજબૂત અને મજબૂત હાજરી આપે છે. મારા પુસ્તકમાં વધુ જાદુઈ શક્તિ હંમેશા સારી વસ્તુ છે, આ પુસ્તક જો તમને શ્લોક જોઈએ છે! એટલા માટે આ પુસ્તક લખવામાં આવ્યું છે, જેથી તમે તમારી હાજરીમાં વધુ એમ્પેરેજ વિકસાવવામાં તમારી મદદ કરી શકો જેથી તમે તમારા ઇરાદાઓને વધુ

અસરકારક રીતે અને વધુ સારી ચોકસાઈ સાથે તૈયાર કરી શકો.

તમારા રોજિંદા જીવનમાં આવર્તનની 11 પદ્ધતિઓ અને તેમની અસરોની સૂચિ બનાવોઃ

1.

___

___

___

2.

___

___

___

3 .

___

___

___

4 .

5 .

6 .

7 .

8 .

9 .

1 0 .

1 1 .

તમારા રોજિંદા જીવનમાં કંપનવિસ્તારની 11 પદ્ધતિઓ અને તમારા અને આજુબાજુના મોટા વિશ્વ બંને પર તેના પ્રભાવોની સૂચિ બનાવો:

1.

2.

3 .

4 .

5 .

6 .

7 .

8.

9.

10.

11.

ઈરાદાનો 32મો ભાડુઆત

તમે જે માગો છો તેનાથી સાવચેત રહો કારણ કે તમને તે મળી શકે છે!

જ્યારે આપણે કંઈક જોઈએ છે, ત્યારે આપણે જે માંગીએ છીએ તેના પરિણામો પર આપણે હંમેશા ધ્યાન આપતા નથી. આથી તમને સલાહ આપવામાં આવે છે કે તમે તે પસંદગી માટે પ્રતિબદ્ધતા પહેલા પસંદગીના તમામ સંભવિત સંભવિત પરિણામોનો વિચાર કરો. આમાં બેધ્યાન ન બનો અને તે તમને હૃદય અને માથાનો

દુખાવો બચાવશે. પૂછો કે તમને જે જોઈએ છે તે સકારાત્મક છે કે નકારાત્મક અથવા તટસ્થ અને કોના પર છે. તમે કેવી રીતે પસંદગી કરો છો અને તમે તમારી શક્તિને કયા હેતુઓ તરફ દોરો છો તે અંગે સમજદાર બનો. આ કરવાથી તમારા માટે સંતુલન ટિપ થઈ શકે છે તે રેઝર એજ હોઈ શકે છે જે તમારા માટે બેલેન્સની રેઝરની ધારને કોઈપણ દિશામાં ટીપ કરે છે.

6 વસ્તુઓ શું છે જે તમને લાગે છે કે તમારે હેતુપૂર્વકના કાર્યમાં ટાળવા માટે સાવચેત રહેવું જોઈએ?

1.

____

____

____

2.

____

____

____

3.

____

____

____

4.

5.

6.

11 નવી વસ્તુઓ શું છે જે તમને લાગે છે કે તમારે તમારા ઇરાદાઓમાં ઉમેરવું જોઈએ અથવા બદલવું જોઈએ?

1.

2.

3 .

4 .

5 .

6 .

7 .

8 .

9 .

1 0 .

1 1 .

ઈરાદાનો ૩૩મો ભાડુઆત

પરિવર્તન એ સતત છે અને અનુકૂલનક્ષમતા એ ફાયદાકારક પરિવર્તનની ચાવી છે. મારી વાસ્તવિકતાને વધુ સારી રીતે બદલવા માટે હું મારી જાતને કેવી રીતે બદલી શકું?

છેલ્લે હવે જૂની અને આધુનિક ફિલસૂફીની ગુપ્ત કળાની ઘણી ઉપદેશોથી સજ્જ છે. તમારા જીવનને સમૃદ્ધ અને બહેતર બનાવવા અને અન્ય જીવન પર તમારી અસરને તમે આ આંતરદૃષ્ટિ અને જ્ઞાનનો ઉપયોગ કેવી રીતે કરશો? આપણે આપણા સાહસો અને સંબંધોમાં કેટલા સફળ છીએ તેની ચાવી છે કે આપણે પરિવર્તન સાથે કેવી રીતે અનુકૂલન કરીએ છીએ. જીવન એ સ્પર્ધાત્મક રમત નથી. જીવન એક એવી સફર છે જ્યાં અલગ અલગ સમયે અલગ અલગ વસ્તુઓનું મૂલ્ય હોય છે. શેરબજાર અને આર્થિક પ્રણાલીની જેમ, આપણી દરેકની પોતાની માનસિક અને ભાવનાત્મક અર્થવ્યવસ્થા છે અને દરેકની પાસે ઊંચો અને નીચો, ઉતાર-ચઢાવ બંને છે. તમે તમારા જીવન અને તમારી આસપાસના લોકોના જીવનને બહેતર બનાવવા માટે તમારા હેતુઓનો ઉપયોગ કેવી રીતે કરી

શકો છો. આ એવી વસ્તુ છે જે ફક્ત તમે જ તમારા માટે નક્કી કરી શકો છો. તમારી સફર માટે શુભકામનાઓ, અને પ્રેમ ખાતર કૃપા કરીને આ આંતરદૃષ્ટિનો સમજદારીપૂર્વક ઉપયોગ કરો!!!

કૃપા કરીને 11 વસ્તુઓની સૂચિ લખો જે તમે ઇરાદાથી અલગ રીતે કરશો જ્યારે તમે આ કાર્યપુસ્તિકા પૂર્ણ કરી છે!

1.

___

___

___

2.

3 .

4 .

5 .

6 .

7 .

8 .

9 .

1 0 .

1 1 .

હવે કૃપા કરીને તમને તમારા ધારેલા માર્ગ પર રાખવા માટે ૩ સકારાત્મક સમર્થન લખીને આ કાર્યપુસ્તિકા સમાપ્ત કરો જે તમે દરરોજ ઓછામાં ઓછા ૩ વખત કહેશો:

1.

____

____

____

2.

____

____

____

3.

____

____

____

દૈવી આશીર્વાદ તમારી સાથે હોય!

પ્રેમ અને પ્રકાશ સાથે,

આપની,

માઈકલ લૉરેન્સ કર્ઝી

Milton Keynes UK
Ingram Content Group UK Ltd.
UKHW050142170424
441167UK00006B/68